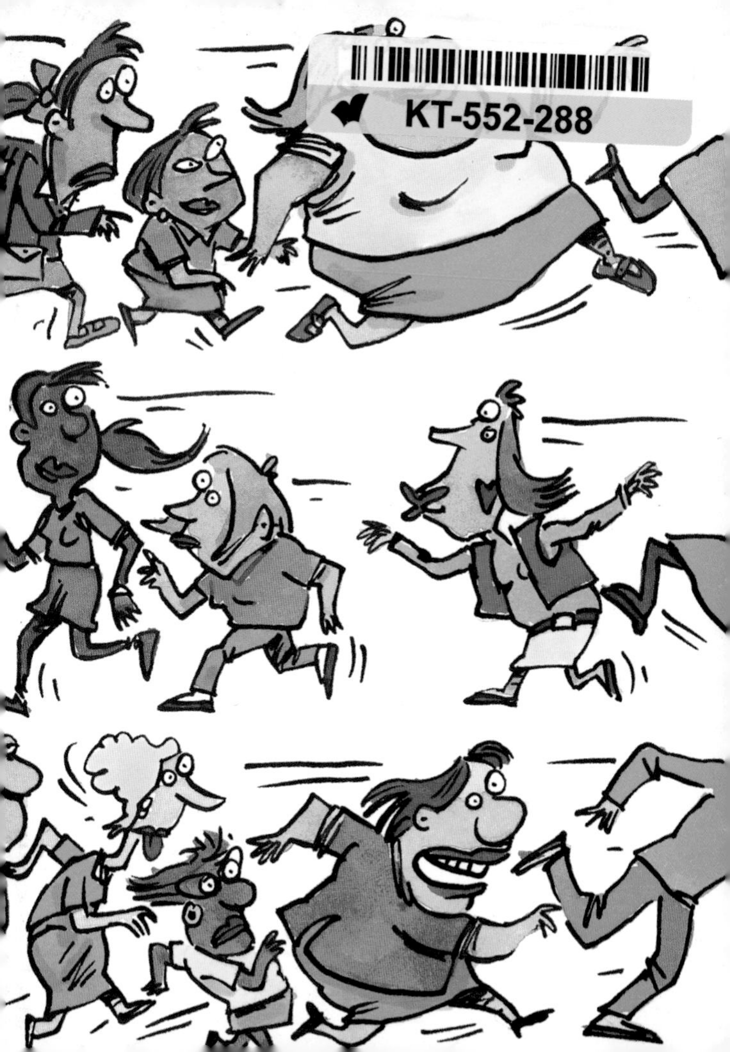

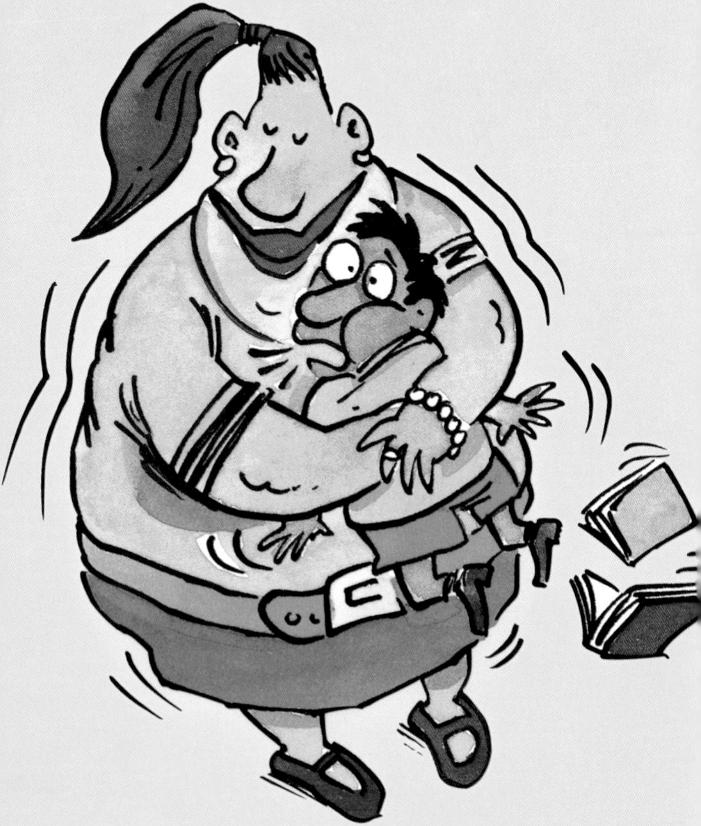

Too HUGGY

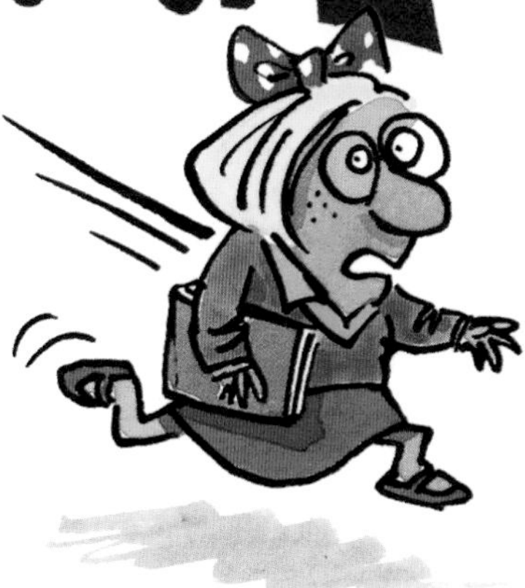

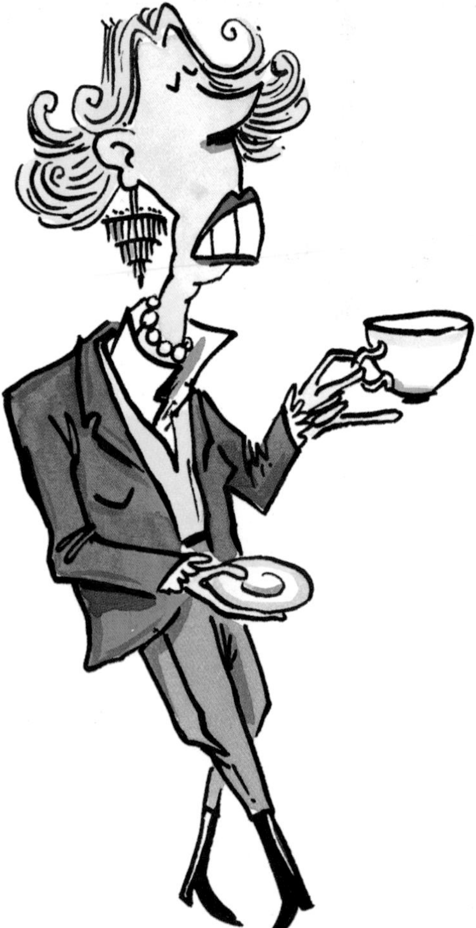

Too
Posh

Too Sporty

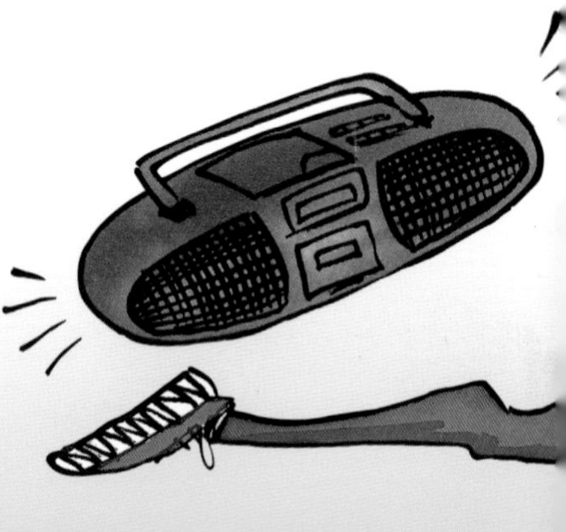

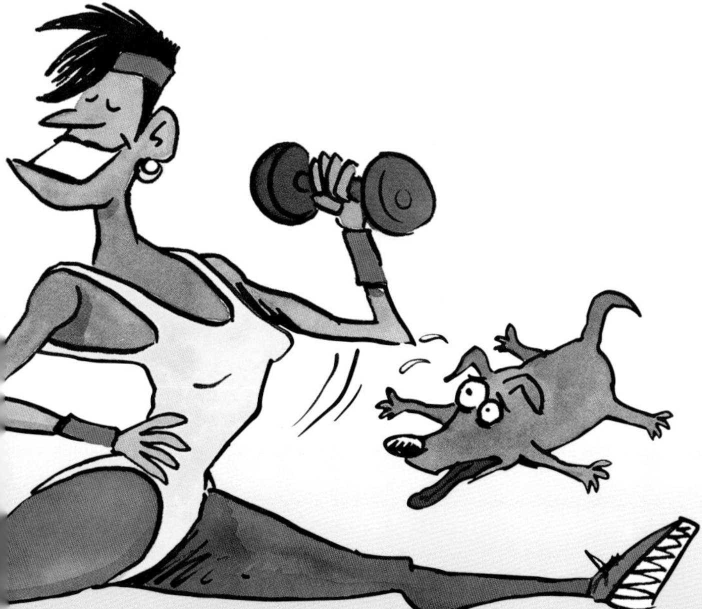

TOO NOSEY

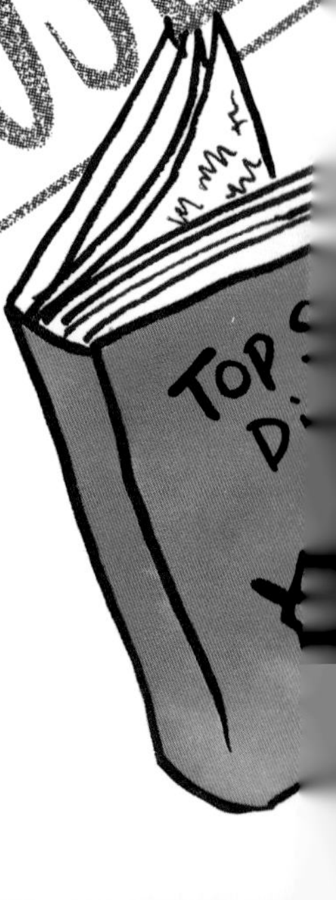

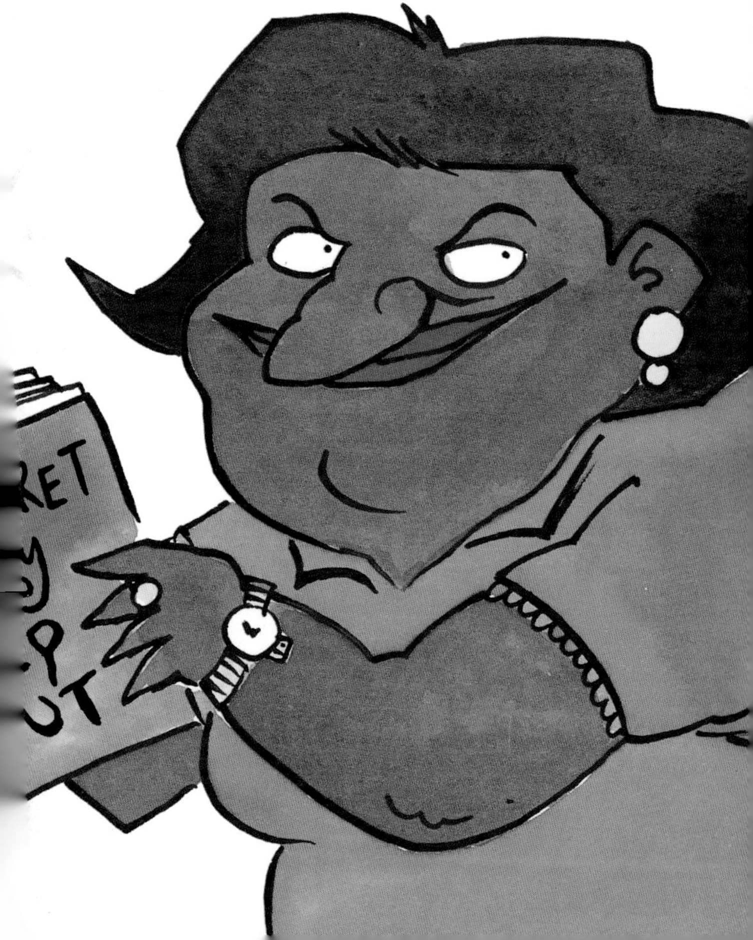

Too soppy

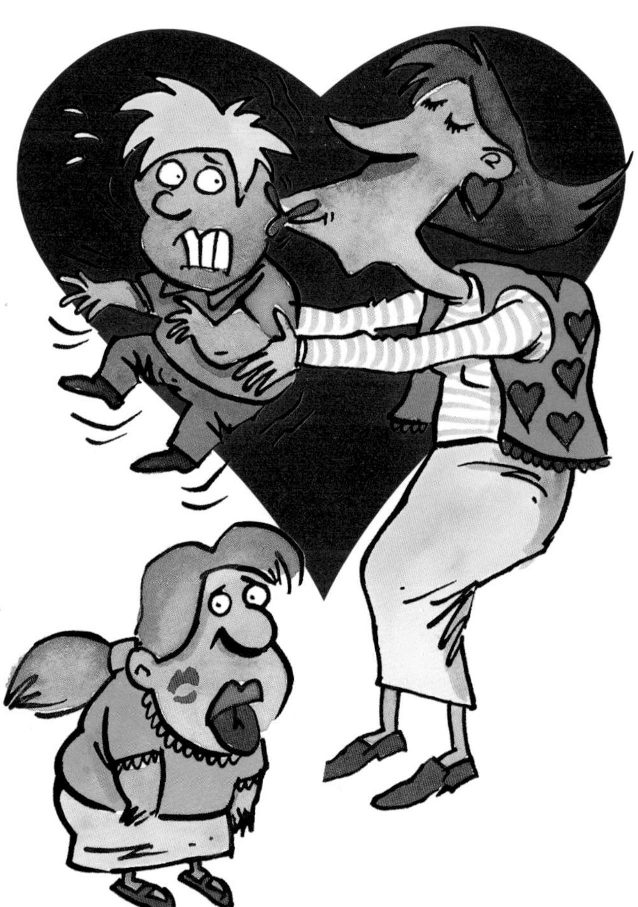

TOO
BUSY

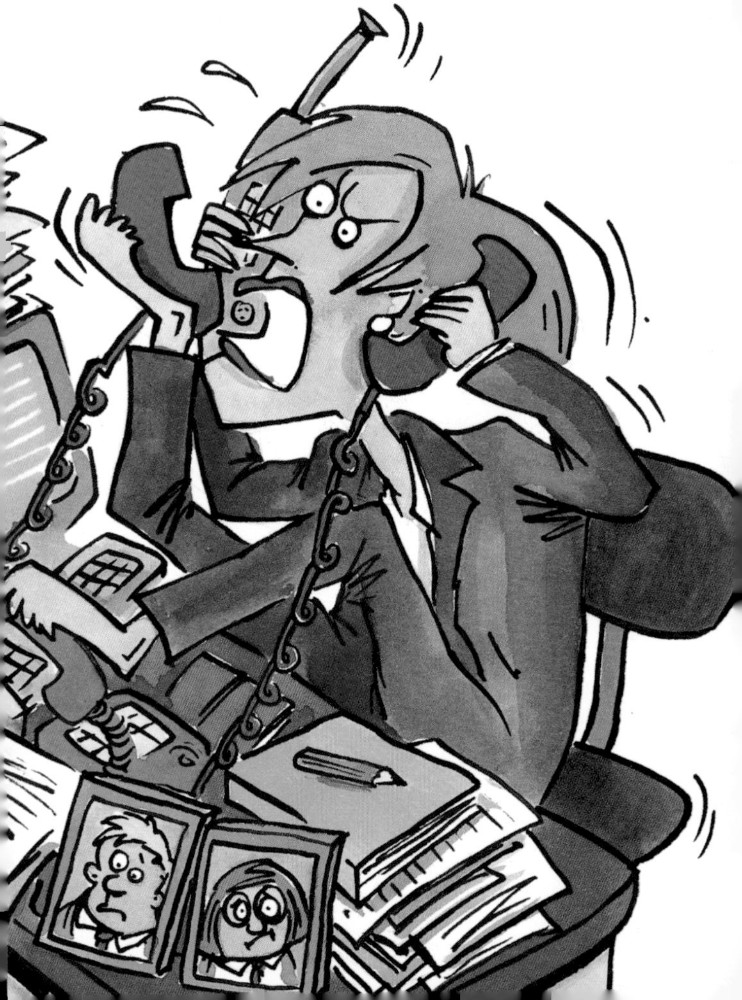

Too
LOUD

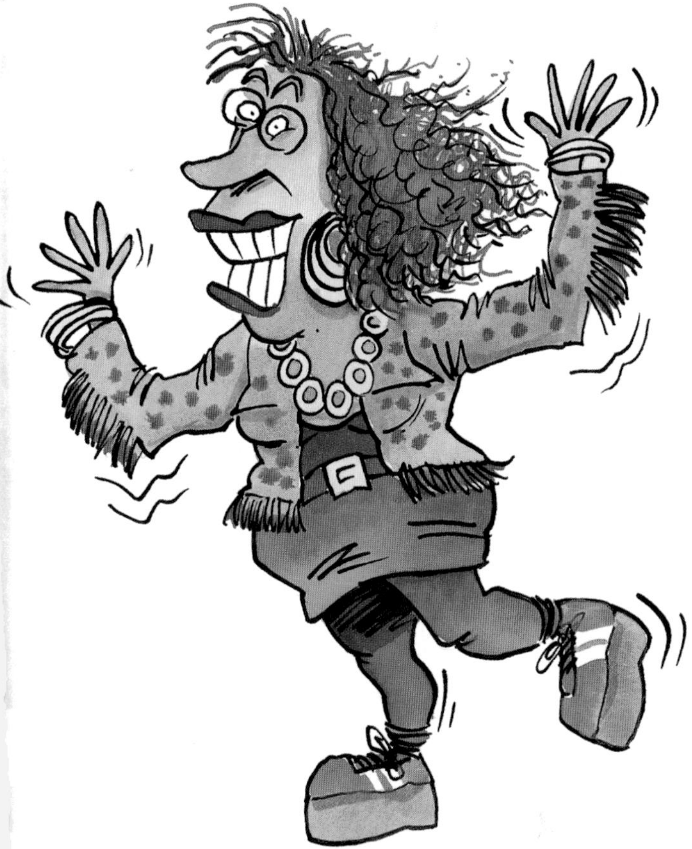

TOO NAGGY

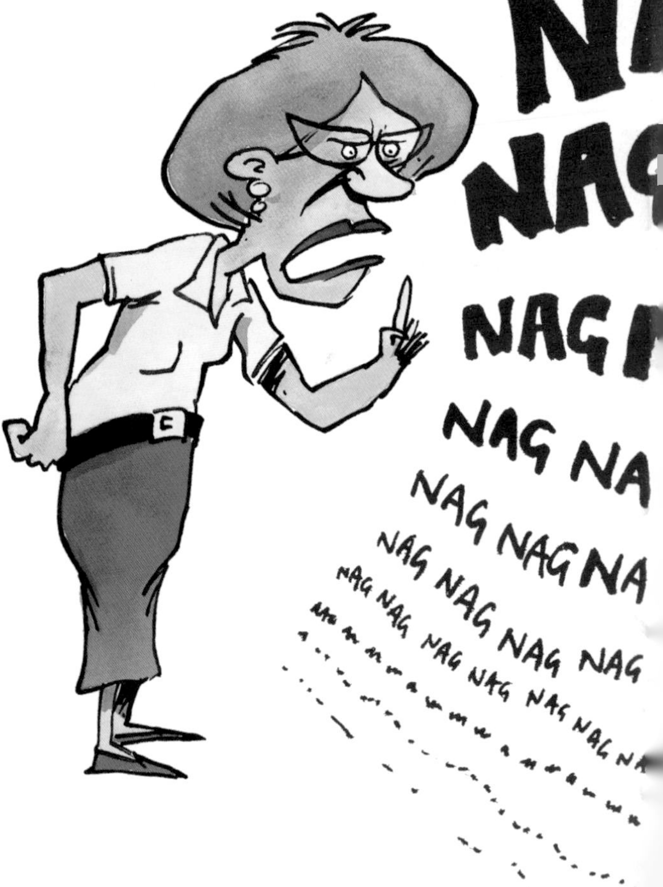

NAG NA
NAG NAG NA
NAG NAG NAG NAG NAG
NAG NAG NAG NAG NAG